कृष्णसखी
राजराणी मीराबाई

रा.वा. शेवडे गुरुजी

मेहता पब्लिशिंग हाऊस

🍃 **KRUSHNASAKHI RAJRANI MEERABAI**
by R.V. Shevade Guruji

🍃 **कृष्णसखी राजराणी मीराबाई** / कुमार साहित्य
रा.वा. शेवडे गुरुजी

🍃 © मेहता पब्लिशिंग हाऊस

🍃 प्रकाशक
सुनील अनिल मेहता
मेहता पब्लिशिंग हाऊस,
१९४१, सदाशिव पेठ, माडीवाले कॉलनी, पुणे ३०.
☎ ०२०-२४४७६९२४
E-mail : info@mehtapublishinghouse.com
Website : www.mehtapublishinghouse.com

🍃 प्रथमावृत्ती
सप्टेंबर, २०१७

🍃 मुखपृष्ठ व आतील चित्रे
देविदास पेशवे

🍃 ISBN 9789386745422

स्वरसम्राट दीनानाथ मंगेशकरांच्या सुकन्या

लता, आशा, उषा

आणि सुपुत्र

हृदयनाथ ऊर्फ बाळ

यांच्या स्वरमाधुरीस श्रद्धापूर्वक

अरवली पर्वताने राजस्थानचे दोन भाग केलेले आहेत. पश्चिमेचा मेवाड आणि पूर्वेचा मारवाड. भारतावर परचक्रे आली ती पश्चिमेकडून. मेवाडी राजपुतांना शत्रूबरोबर सतत मुकाबला करावा लागला. शौर्य आणि धैर्य यांचे जणू बाळकडूच ते प्यायलेले होते. तरुण पुरुषवर्ग लढण्याच्या कामात मग्न असे. राजपूत स्त्रियांना ललित कलांच्या बरोबर युद्धकलेचेही शिक्षण दिले जाई.

राणा सांगाबरोबर प्रचंड लढा देऊन बाबराने, दिल्ली काबीज केली. इतरांप्रमाणे परत न जाता त्याने दिल्लीतच ठाणे मांडले.

दिल्लीत स्थायिक झालेल्या मोगलांचा विस्तारवाद आणि बाहेरून येणाऱ्या लुटारू, अन्य म्लेंच्छांच्या टोळधाडी यांच्या कात्रीत मेवाड सापडला होता. आपले सारे शौर्य पणाला लावून स्वदेशासाठी, स्वराज्यासाठी, सुराज्यासाठी मेवाड प्राणपणाने झगडत होता.

मेरठ संस्थानच्या राणा दूदाजींनी वृद्धत्वामुळे लढाईवर जाण्याची कामगिरी त्यांचा सूरमा पुत्र रत्नसिंह याच्यावर सोपविली व राज्यकारभार स्वतःकडे घेतला. रत्नसिंहाला

बरेच दिवस मूलबाळ झाले नाही. कुलदैवत श्रीकृष्ण नवसाला पावला आणि त्याला कन्यारत्न झाले. मोठ्या उत्साहाने, हौसेने व प्रेमाने त्याने मुलीचे नाव 'मीरा' ठेवले. मीराचे संगोपन तिचे आजोबा राणा दूदाजी मोठ्या ममतेने करीत होते.

मीरा तीन वर्षांची झाली. वाड्यात येणाऱ्या साधुसंतांच्या कृष्णभक्तीची गोड गाणी सतत तिच्या कानी पडत असत आणि ती आपल्या गोड बोबड्या पण सुरेल सुरात आणि तालठेक्यात साभिनय म्हणत असे. तिच्या गीतनृत्य कौशल्याने मीरा सर्वांच्या कौतुकाचा विषय झाली होती.

राणा दूदाजींनी राजकुमारी मीराच्या गीतनृत्य शिक्षणाची खास सोय केली. तबलजी, सारंगीवाला, सतारवाला आणि गवय्या यांच्या मार्गदर्शनाखाली मीराचे गीतनृत्य शिक्षण सुरू झाले. दोन वर्षांत तिने या कलांमध्ये स्पृहणीय प्रगती केली.

एका सुंदर सकाळी एक सरदार राणाजींच्याकडून काही महत्त्वाच्या सूचना घेत होते. आपल्या गीतनृत्य वर्गाकडे नेहमीप्रमाणे अजून दूदाजी आले नाहीत, म्हणून मीरा खट्टू झाली. ती त्यांना बोलवायला गेली. तिने त्यांना अक्षरशः ओढूनच आणले. 'आलो ऽ आलो!' म्हणत दूदाजी कलामहालात येऊन आसनस्थ झाले. त्यांनी कलावंतांना इशारत दिली, ''हां, आता होऊ द्या सुरुवात.''

तबल्यावर थाप पडली. डग्गा दुमदुमला. सारंगीचा सूर लागला. गवय्याने ताल धरला. पायात घुंगुर बांधून आपला गीतनृत्याचा पाठ तन्मयतेने गिरविण्यास प्रारंभ केला. मीरा समरसतेने गात होती. तशीच नाचत होती. तिचा सूर बिघडत नव्हता. नूर ढळत नव्हता. ताल चुकत नव्हता. ती एकरूप झाली होती. तिची एकरूपता गानकलेतील होती, की कृष्णस्तुतीचा तिला बोध होऊन त्या भावसरितेत ती डुंबत होती हे समजणे कठीण होते.

आजच्या गीतनृत्याला राणा दूदाजी थोडे उशीरा आले म्हणा किंवा राजकुमारी मीरा आपल्या गीतनृत्यात विशेष रमली होती म्हणून म्हणा, तासाचा दीड तास केव्हा होऊन गेला कोणालाच कळले नाही.

संत रैदास कलामहालाच्या दारापाशी आले. सर्वांच्या नजरा त्यांच्याकडे वळल्या. तबला थबकला. सारंगी शांत झाली. गवय्यांचा ताल विसावला. मीरा अवाक् होऊन संत रैदासांच्याकडे पाहू लागली. राणा दूदाजी सामोरे गेले. ते नम्रतापूर्वक म्हणाले,

"क्षमा करा रैदासजी, नातीच्या कौतुकात मी विसरूनच गेलो."

"म्हणून तर मी उठून आलो. आम्ही साधू लोक. अखंड तीर्थयात्रा हा आमचा उद्योग. केवळ आपल्या प्रेमळ आग्रहास्तव पंधरा दिवस आपला पाहुणचार घेतला."

३

''मी आपला ऋणी आहे.''
''ही नात वाटतं?''
''होय.''
''मोठी गोड मुलगी दिसते. हरिणपाडसासारखे तिचे पाणीदार डोळे मला सांगतात, की ही कोणी सामान्य मुलगी नाही.''
''धन्यवाद रैदासजी, माझी मीरा कशी छान गाते, कशी डौलात, ठोक्यात नाचते पाहा तरी!''
राणा दूदाजींच्या आग्रहासाठी संत रैदासजींनी दहा मिनिटे राजकुमारी मीराचे गीतनृत्यातील कौशल्य पाहिलं. रैदासजी उद्गारले,
''राणाजी, मी धन्य झालो.''
''मग माझ्या मीराराणीला आपण आशीर्वाद द्यावा अशी मी विनंती करतो.''
मीरा पुढे झाली. रैदासजींच्या चरणांना तिने स्पर्श केला. रैदासजी उद्गारले,
''सुखी हो, बेटी सुखी हो! मी रूक्ष रैदास तुला काय आशीर्वाद देणार?''
मीरा धिटाई करून म्हणाली,
''काहीतरी प्रसाद द्या.''

"बोल बेटी, तुला काय हवं आहे?" रैदासजींच्या काखेतल्या झोळीत असलेली सुंदर कृष्णमूर्ती राजकुमारी मीराच्या दृष्टीस पडली. मीरा हरखून म्हणाली,

"किती सुंदर कृष्णाची मूर्ती आहे. प्रसाद म्हणून मला ती आपण द्या."

आता या मुलीची समजूत कशी काढावी, याचे मोठेच कोडे रैदासजींना पडले. ते राणा दूदाजींना म्हणाले,

"राणाजी, माझ्या गुरुमाउलीकडून परंपरेनं मला ही कृष्णमूर्ती मिळाली आहे. गुरुकृपा समजून मी तिचं पूजनचिंतन करीत आलो आहे. आता आपणच आपल्या नातीची समजूत काढावी."

मीरा बिटियाला प्रेमभराने उचलून घेत राणाजी म्हणाले, "याहीपेक्षा सुंदर मूर्ती मी माझ्या लाडलीला आजच्या आज आणून देणार आहे. रैदासजींना जाऊ देत बेटा, त्यांना उशीर होतोय. त्यांना गेलं पाहिजे."

राजकुमारी मीरा खट्टू झाली.

रैदासजी निघून गेले.

दुसरे दिवशी सकाळी राजकुमारी मीराला गीतनृत्याचे पाठ देण्यासाठी नेहमीप्रमाणे कलावंत, शिक्षक मंडळी उपस्थित झाली. दहा मिनिटे होऊन गेली; पण वेळेवर येणाऱ्या मीराचा आज पत्ताच नव्हता. गवय्या चौकशी करायला उठणार इतक्यात राजकुमारी मीराला कडेवर घेऊन तिची आई आणि आजोबा राणा दूदाजी तेथे उपस्थित झाले. मीराचा चेहरा सुकला होता. गीतनृत्याचा पोशाख तिने केला नव्हता. पायात घुंगुर बांधले नव्हते. केस धड विंचरून घेतले नव्हते. वेणी घालून घेतली नव्हती. गवय्ये म्हणाले,

"काम बिघडलेलं दिसतंय!"

"आज मीराराणी नाराज का?" सारंगिया उद्गारले.

"तिची प्रकृती बरी दिसत नाही?" तबलजीने साथ दिली.

"कृष्णमूर्तीचं वेड डोक्यात घेऊन बसली आहे." मीराची आई उत्तरली.

मीराला जवळ घेत राणा दूदाजी उत्तरले, "लाडलीला माझ्या स्वाधीन करा आणि तुम्ही चला."

जाता जाता मीराची आई कंठ दाटून उद्गारली, ''पोरीनं रात्री काहीही खाल्लं नाही. धड झोपलीही नाही. आजच्या दिवस गीतनृत्य राहिलं तर नाही का चालणार?''

मीराची समजूत घालीत राणाजी म्हणाले, ''बिटिया, रोज तुला ही शिक्षक मंडळी कृष्णाची गोड गोड गाणी शिकवितात, त्यांचा वेळ नाही का फुकट जाणार?''

मीराचा रुसवा थोडा कमी झाला. राणाजी पुढे म्हणाले, ''रोजच्या प्रमाणे तू जर आज नाचत नाचत कृष्णाची गाणी म्हटली नाहीस तर तो तुझा गिरीधर गोपाळ तुझ्यावर रुसणार नाही का?''

मीराचा रुसवा पार पळाला. तिने पायाला घुंगुर बांधून घेतले. ती नृत्याच्या पवित्र्यात उभी राहिली. तबल्यावर थाप पडली. सारंगीने सूर धरला. गवय्याने तालाची टाळी दिली आणि दाराशी रैदासजी पुन्हा आलेले दिसताच सारे काही शांत झाले.

रैदासजींच्या स्वागताला पुढे होऊन राणाजी म्हणाले,

''रैदासजी, आपण अजून गेला नाहीत?''

''गेलो होतो.''

''परत आलात?''

''होय.''

''का बरं? सेवेत काही उणं पडलं का?''

''छे, छे, राणाजी असं कसं होईल? मला दृष्टान्त झाला म्हणून मी परत आलो.''

''कसला दृष्टान्त? कुणाचा?''

''गुरुमाउली माझ्या स्वप्नात आले. त्यांनी मायेनं माझ्या पाठीवरून हात फिरवला. मला म्हणाले, बेटा त्या पंचवर्षीय पोरीचं निर्व्याज नाजूक मन मोडून आलास! अरे, इतकी वर्षं तू कृष्णभक्ती करतोस, मूर्तीच्या पलीकडचा निराकार निर्गुण कृष्ण पाहायला शिकला नाहीस! ऊठ, जा. माझी तुला आज्ञा आहे की ही मूर्ती त्या मीराबालाला देऊन ये.''

मीराचा आनंद गगनात मावेना. आपल्या नातीवर साधूच्या रूपाने परमेश्वराची कृपा झालेली पाहून राणा दूदाजींना अत्यानंद झाला. त्यांच्या नेत्रांत धन्यतेचे अश्रू तरळले.

राजकुमारी मीराच्या स्वाधीन ती मूर्ती करून रैदासजी म्हणाले,

''बेटा, अशीच हातात मूर्ती ठेव. फक्त एक जप करून मूर्तीला अखेरचं वंदन करून मी निघून जातो.''

रैदासजींनी डोळे मिटून कृष्णमूर्तीला अखेरचे वंदन केले. त्यांनी जप केला– ''गोपाल राधाकृष्ण गोविंद गोविंद.'' रैदासजींनी डोळे उघडताच मीरा त्यांना म्हणाली,

"आपण काय पुटपुटलात? त्याचा अर्थ तरी काय? तो मला नाही का शिकवणार?"

"अवश्य शिकवितो. म्हण - 'गोपाल राधाकृष्ण गोविंद गोविंद' गोपाल, गायींचे पालन करणारा; राधाकृष्ण म्हणजे राधेचा आवडता कृष्ण आणि गोविंद म्हणजे सुद्धा गायींचे पालन करणारा."

"रैदासजी, ही राधा कोण?"

"गोकुळातली थोर कृष्णभक्त. तिनं श्रीकृष्णाला मनोमन आपला पती मानलं आणि सासूनं आणि खऱ्या पतीनं केलेला छळ सहन केला."

"या मूर्तीची मी पूजा केली तर मला राधेइतकं मोठ्ठं होता येईल का हो?"

"आता ते तू या तुझ्या हातातल्या कृष्णालाच विचार."

"हं सांगा पुढं!"

"कृष्ण म्हणजे भक्तांचं मन आकर्षित करून घेणारा."

रैदासजी निघून गेले. प्रफुल्ल मनाने त्या मूर्तीकडे पाहून मीरा मनात पुटपुटली, 'गोपाल राधाकृष्ण गोविंद गोविंद!'

राणाजींनी हुकूम सोडला, "वेळ झाला असला तरी थोडा वेळ होऊ द्या गीतनृत्याचा सराव."

तबल्यावर थाप पडली. सारंगीने सूर लावला. गवय्याने ताल धरला. इतक्यात राजवाड्यावरून एक मिरवणूक जात असल्याचा व मंगल वाद्ये वाजत असल्याचा निनाद सगळ्यांच्या कानी आला.

राणा दूदाजी कलाशिक्षकांना म्हणाले, "आज गीतनृत्य सरावाचा योग दिसत नाही. आता आपण जाऊ शकता."

मीराला कडेवर घेऊन राणा दूदाजी सज्जावर मिरवणुकीची मौज पाहण्यासाठी आले. मीराची आई आधीच तेथे आली होती.

ती एक लग्नाची मिरवणूक होती. त्याकाळी बालपणीच लग्ने होत असत. राजवाड्याच्या उंच सज्जावरून मिरवणुकीतील नवरा-नवरी अक्षरशः बाहुलीसारखीच दिसत होती.

नगरीत कोठेही आणि कोणाचेही लग्न असले तरी ती मिरवणूक राजवाड्यावरून गेलीच पाहिजे आणि राणाजींचे आशीर्वाद घेऊन मंदिराकडे वळली पाहिजे असा शिरस्ता होता. मिरवणुकीतल्या नवरानवरीकडे मीराने कुतूहलाने पाहिले. दूदाजींच्याकडून ती आईच्या कडेवर गेली. ती आईला म्हणाली,

"आई, दे ना ग मला तसला एक नवरा खेळायला. त्याची बायको होऊन कसं छान सांभाळीन मी त्याला."

राणा दूदाजींना आणि मीराच्या आईला मीराचे हे उद्गार ऐकून हसता हसता पुरेवाट झाली. रैदासजींनी दिलेल्या मीराच्या हातातल्या सुरेख सुंदर कृष्णमूर्तीकडे पाहून मीराची आई म्हणाली,

"हा बघ, तुझा नवरा तुझ्याजवळच आहे. म्हणून त्याची मर्जी कशी संपादन करायची ते आता तुझं तू ठरव."

"हो हो. सांभाळीनच मी त्याला."

मन प्रसन्न वातावरणात सर्वजण आपापल्या कामाला निघून गेले.

राणा दूदाजींच्या मार्गदर्शनाखाली मीराचा गीतनृत्याचा अभ्यास नियमितपणे चालू होता. रैदासजींनी दिलेली कृष्णमूर्ती जवळ बाळगून तन्मयतेने मीरा गात होती, नाचत होती. कृष्णभक्ती तिच्या घराण्यात चालत आल्यामुळे जुनी अनेक कृष्णलीलांची गाणी तिने मुखोद्गत केली होती. मोठ्या गोड ठेक्यात आणि खड्या सुरात ती गात होती.

अशीच काही वर्षे गेली. राजकुमारी मीरा मोठी होऊ लागली. गीतनृत्यातील आवश्यक तेवढे कौशल्य तिने संपादन केले होते. राणा दूदाजींना आपली नात तशी वात्सल्यप्रेमामुळे लहानच वाटत होती. मात्र मीराच्या मातेला मीरा उपवर झाली आहे असे वाटे. तिने राणा दूदाजींच्याकडे मीराच्या लग्नासंबंधीचा आग्रह धरला.

सुयोग्य वराबाबत शोधाशोध सुरू झाली. राणाजींच्या नशिबाने आणि चितोडच्या राजघराण्याच्या उज्ज्वल भवितव्याच्या दृष्टीने महावीर राणा सांगा यांचा ज्येष्ठ सुपुत्र राणा

भोजराज याला मीरा पसंत पडली.

मीराचे लग्न मोठ्या थाटामाटात झाले. मीराने आपली आवडती कृष्णमूर्ती प्रत्यक्ष लग्नाच्या वेळी आपल्या शेजारी बाळगली होती. हा तिचा हट्ट काही घोटाळा करणार नाही ना, अशी शंका मीराच्या आईला आली.

मीराच्या नणंदेची मैत्रीण लग्नाच्या वेळी मीराच्या एका सखीला म्हणाली,

"काय हो, मोठं विचित्रच नाही का?"

"कशाबद्दल म्हणता तुम्ही?"

"म्हटलं ती कृष्णाची मूर्ती. जिथं तलवारीला लिंबू लावून तलवार ठेवली पाहिजे तिथं या कृष्णमूर्तीचं काय काम?"

"अहो, आमच्या जोधपूरची परंपरा आहे ती. आता चितोडला मीरा गेली की खुशाल तुम्ही तिथं तुमच्या परंपरा सुरू करा. जोधपुरात आम्हाला आमच्या परंपरा पाळल्याच पाहिजेत."

मीरा सासरला गेली. तिचा संसार सुखात सुरू झाला. बालपणापासून कृष्णाला तिने जसे पती मानले होते, तसे राणा भोजराजाला कृष्णस्वरूप पती म्हणून तिने स्वीकारले होते. एक आदर्श पत्नी या नात्याने तिने आपल्या पतीच्या सेवेत काहीही कमी पडू दिले नाही. भोजराजाला मीरा अतिशय आवडे आणि मीरासारखी स्वरूपसुंदर पत्नी आपल्याला

१०

लाभली, म्हणून त्याला मोठा अभिमान वाटे. मीरादेखील भोजराजावर मनापासून प्रेम करीत होती.

तथापि नियतीला माणसाचा सुखी संसार फार वेळ पाहवत नाही, असे म्हणतात. मीरा फुरसतीच्या वेळी कृष्णाची पूजाअर्चा करी. परंपरेप्रमाणे मोठ्या तन्मयतेने गायन, नर्तन करी. मीराच्या सासूला वाटे की, आपल्या सुंदर सूनबाईला घेऊन ठिकठिकाणी हिंडावे; पण या गोष्टीस मीराची कबुली नव्हती. अर्थात हा विरोध सासूबाईंना खटकला आणि संघर्षाची ठिणगी पडली.

त्यांनी एकदा मीराला खडसावले, ''मीरा!''

''काय सासूबाई?''

''बरेच दिवस सांगीन म्हणते, पण धाडस झालं नाही.''

''मग आज मोकळ्या मनानं सांगून टाका.''

''असं पहा मीरा, मला वाटतं जर...''

''काय वाटतं ते न अडखळता सांगा.''

''तू कृष्णभक्ती सोडावीस.''

''त्याचा तुम्हाला त्रास होतो का?''

''तसं नाही; पण-''

''पण काय?''

''चितोडची कुलदेवता कालीमाता दुर्गा आहे. कृष्णभक्ती सोडून तू दुर्गेची उपासना कर.''

"ते शक्य नाही."

"आणि आमची कुलदेवता दुर्गा आमच्यावर कोपली तर?"

"ती कशी कोपेल? एखादी वाईट गोष्ट केली, काही पाप केलं तर कुलदेवता कोपते. कृष्णभक्ती हे पाप आहे का? लग्न होऊन मी सासरी आले म्हणून माहेरच्या चांगल्या गोष्टी सोडून द्यायच्या का? सासूबाई, तुम्ही दुर्गेची उपासना करा. मी कृष्णाची उपासना करीन आणि मग या दोन्ही देवता प्रसन्न झाल्या म्हणजे आपले कुळ दुप्पट जोमानं भरभराटीस येणार नाही का?"

मीराबाईची सासू निरुत्तर झाली. तिचे मन खट्टू झाले. तिने मीराशी भाषण सोडले.

मीराच्या नणंदेने, उदाने आपल्या आईचा मीराने मोठा अपमान केला, असे समजून तिच्यावर सूड घेण्याचे ठरविले.

भोजराज एकदा स्वारीवर गेला असताना मीरा कृष्णमंदिरात जाऊन काय काय करते ते उदाने पाहून यायचे ठरवले. मीरा मंदिरात गेली. तिने दरवाजा लोटून घेतला. उदा दाराला कान लावून ऐकत होती. कृष्णमूर्तीपुढे येऊन मीरा म्हणत होती,

"हे नंदलाला, माझ्या प्रियकरा, मी आतुरतेनं तुझी वाट पाहात असता अद्याप तू माझा स्वीकार का करीत नाहीस? तुझा विरह मी कसा सहन करू?"

उदाने एवढे ऐकले. तिने आनंदाने टाळी वाजविली. ती मनात म्हणाली,

'आता चांगलीच पाहून घेते मीराला. कृष्णभक्तीचा टेंभा मिरविते काय? माझ्याशी - या उदाशी गाठ आहे म्हणावं!'-

स्वारीवरून भोजराज परत आला. त्याने एक विजय संपादन केला होता. चितोडनगरीत ठिकठिकाणी त्याच्या स्वागताचे आणि अभिनंदनाचे कार्यक्रम घडत होते. प्रजेचे प्रेम पाहून त्याच्या आनंदाला उधाणाची भरती येत होती. जणू त्याच्या अंगावर मूठभर मांस चढत होते. त्या सर्व समारंभांमध्ये त्याच्याबरोबर राजराणी मीरा कशी सावलीसारखी वावरत होती. जिथे तिथे भोजराजाबरोबर मीराचा उल्लेख होत होता. लोक म्हणत होते - पायगुणी मीरा चितोडला आली आणि भोजराज विजयी झाले. किती सुंदर जोडा शोभतो नाही?

आणि नेमके हेच उद्गार राजकुमारी उदाच्या मनाला खटकत होते. ती क्रोधातिशयाने भडकत होती. तिच्या तळपायाची आग मस्तकाला जात होती. भोजराजापासून मीरा थोडीशी दूर आहे असे दिसताच पुढे येऊन, संधी साधून ती भोजराजाला म्हणाली,

''भैया, मला क्षमा कर.''

''असं झालं काय उदा?''

१३

"तुला कसं सांगावं हेच कळत नाही."

"सांग. सांग उदा, संकोच कशासाठी!"

"काहीतरी विचित्र कानी आलं आहे माझ्या."

"विचित्र?"

"विचित्रच नव्हे महाभयंकर!"

"मग सांगून टाक तर, माझी उत्सुकता अधिक ताणू नकोस."

"भैया, मीराचं तुझ्यावर प्रेम नाही."

"अशी वेड्यासारखी बडबडू नकोस!"

"वेडं कोण? तू का मी? अरे, तिचा प्रियकर कृष्णमंदिरात येतो आणि कृष्णपूजनाचा बहाणा करून वहिनी त्याला भेटते नि गुलगुल गोष्टी करीत बसते!"

"अशक्य! अशक्य! त्रिवार अशक्य!"

"डोळ्यांनी पाहा म्हणजे कळेल."

"पाहणारच आहे; पण तू आधी इथून माझ्या नजरेसमोरून चालती हो. तुझं तोंड बघण्याची माझी इच्छा नाही."

उदा फणकाऱ्याने निघून गेली.

तो दिवस आणि ती रात्र राणा भोजराजाला मोठी अस्वस्थतेची गेली. पर्वताच्या उंच शिखरावरून खोल दरीत आपण कोसळत आहोत, असे त्याला वाटले. तो त्या दिवशी मीराशी फारसा बोललाही नाही. सत्कारांचा ताण पडल्यामुळे पतिराजांची प्रकृती बिघडली असावी, असे वाटून मीराही शांतच राहिली.

कृष्णमंदिरात जाण्याची मीराची वेळ भोजराजाला ठाऊक होती. पूजेचे साहित्य घेऊन मीरा कृष्णमंदिरात गेली. तिच्या नकळत, लपत-छपत म्यानातून नंगी तलवार काढून भोजराज तिच्या पाठोपाठ गेला. मंदिरात प्रवेश केल्यावर मीराने नित्याच्या सवयीप्रमाणे दरवाजा नुसता लोटून घेतला. दरवाजाला कान लावून भोजराज बाहेर उभा राहिला. कृष्णमूर्तीपुढे येऊन मीरा उभी राहिली. तिने नित्याची आळवणी सुरू केली,

"हे नंदलाला, माझ्या प्रियकरा–" 'प्रियकरा' हा शब्द कानी पडताच धाडदिशी दरवाजा उघडून भोजराजाने मंदिरात प्रवेश केला. क्रोधाने त्याचे डोळे लालेलाल झाले होते. तलवार उगारून तो म्हणाला,

"कुठं आहे तो तुझा प्रियकर? दाखव. एका घावात धडापासून शिर वेगळं करतो त्याचं."

मीराने पतिराजाकडे पाहिले. ती शांतपणे अविचल चित्ताने म्हणाली,

''पतिदेव, या मूर्तीमध्ये वास करणारा श्रीकृष्ण माझा जन्मजन्मांतरीचा प्रियकर आहे. तुम्हीही माझे पतिदेव आहात. मी तुम्हालाही कृष्णस्वरूपात मानलं आहे. आपल्या या मीरादासीच्या पातिव्रत्याची शंका आपण उगाच का घेता?''

अखेर दगडी मूर्तीतला श्रीकृष्ण हाच मीराचा प्रियकर हे समजून आल्यावर भोजराजाने समाधानाचा सुस्कारा सोडला. त्याने मीराला तिची कृष्णपूजा पूर्ण करू दिली. दोघे समाधानाने परतले. परतताना भोजराज मीराला म्हणाला,

''माझ्या लाडकीला मी राजवाड्यातच एक सुरेख, सुंदर कृष्णमंदिर बांधून देतो म्हणजे इतक्या दूरवर तुला येण्याचे कष्ट पडणार नाहीत.''

''ही देखील माझ्या कृष्णसख्याचीच कृपा असं मी मानते.''

दोघे समाधानाने परतले.

राणा भोजराजाने मीराकरिता एक टुमदार कृष्णमंदिर राजवाड्याच्या आवारातच उत्तरेच्या बाजूस बांधून दिले. आपल्या गीतातून आणि नृत्यातून मीराच्या कृष्णभक्तीला ऊत आला. प्रत्यक्ष भोजराजानेच मीराला कृष्णमंदिर बांधून दिल्यामुळे अन्य कोणी तिच्या कृष्णभक्तीला विरोध दर्शविला नाही. राणा भोजराज हा राणा सांगाचा ज्येष्ठ सुपुत्र असल्यामुळे मोगलांशी लढण्यात त्याचा बराच वेळ राजधानीबाहेर जाई.

मीरा मोठ्या तल्लीनतेने कृष्णाच्या भजनपूजनात गात होती, नाचत होती. तिच्या या उपक्रमाचा आस्वाद केवळ चितोडवासीयच घेत असत असे नव्हे, तर उत्तर भारतातील अनेक साधुसंत घेत असत आणि मीराच्या अलौकिक कृष्णभक्तीचे गुणवर्णन ठिकठिकाणी करीत असत. विशेष भर म्हणजे पुराण्या कृष्णगीतांबरोबर स्वतःच रचलेली सोपी, मधुर रसाळ पदे म्हणून मीरा गिरीधर गोपालाला आळवीत असे.

त्या काळात दिल्लीच्या तख्तावर मोगल बादशहा अकबर राज्य करीत होता. बाबर, हुमायूनाप्रमाणे राजपुतांच्याशी त्याचे जरी हाडवैर असले आणि पुढे-मागे राजस्थान गिळंकृत करण्याचा तो प्रयत्न करीत असला, तरी आपल्या बापापेक्षा अगर आजोबापेक्षा तो निराळा होता. तो रसिक होता. धर्मबुद्धीचा होता. इतर धर्मांना मानणारा होता. तो कडवा, जात्यंध कडवा मुसलमान नव्हता. त्याच्या दरबारात अनेक राजपूत अधिकारी

निरनिराळ्या हुद्द्यांवर होते. राजा मानसिंग, राजा तोडरमल, राजा बिरबल ही उदाहरणे होत. गानसम्राट तानसेन हा तर अकबराचा दरबारी गवय्याच होता.

एके दिवशी बादशहाने तानसेनला बोलावणे पाठविले. तानसेन उपस्थित झाला. त्याने अदबीने विचारले,

"खाविंद, याद का केलीत?"

"काही खास कारणामुळे. कृष्णभक्त मीराचं नाव तू ऐकलं असशील."

"जी हा खाविंद, जरूर ऐकलंय. ती थोर कृष्णभक्त आहे. ती थोर कवयित्री आहे. जितकी ती रूपवती आहे, तितकीच गुणवती आहे."

"बहोत खूब. तिच्या भजनाला दूरदूरवरून लोक जातात म्हणे. आपणही जाऊ या."

"खाविंद माफ करा. आपल्याला जाता येणार नाही. आपण मुसलमान आहात. तेथे आपण प्रवेश केलात, तर आपल्या जिवाला जबरदस्त धोका आहे. मीराचं भजन, कीर्तन ऐकण्याची आपली आस पुरी होणार नाही."

"अवश्य पुरी होईल."

१७

"म्हणजे? मी नाही समजलो!"

"वेष पालटून आपण दोघं जाऊ. हिंदू यात्रेकरूंचा पोषाख घालून आपण तिथं प्रवेश मिळवू शकू."

"खाविंद, भलतंच धाडस. चुकून कुणी ओळखलं तर ते कडवे राजपूत -"

"त्याची फिकीर तुला नको. एकदा ठरलं म्हणजे ठरलं."

दिल्लीचा शहेनशहा अकबर आणि संगीतसम्राट तानसेन वेष पालटून चितोड नगरीत आले. त्यांना कोणी ओळखले नाही. चितोडच्या राजवाड्यातील कृष्णमंदिरात प्रवेश मिळविताना त्यांना फारसे कष्ट पडले नाहीत. भक्तजनांच्या आडोशाला बसून मीराबाईच्या गीतनृत्यातून प्रगट झालेल्या कृष्णभक्तीचा आस्वाद त्यांनी मनमुराद लुटला. भजन संपताच ते दोघे पुढे सरकले. मीराबाईच्या चरणाला नम्रतापूर्वक स्पर्श करून, कृष्णासाठी उपहाराचा स्वीकार करावा, असे विनवीत एक रत्नहार अकबराने मीराबाईला देऊ केला. "याची काय आवश्यकता आहे?" असे म्हणून मीराबाईने त्या हाराचा स्वीकार केला नाही. कृष्णासाठी तो हार आणला असल्यामुळे कृष्णचरणी तो ठेवण्याची तिने वेष पालटून आलेल्या अकबराला न ओळखून विनंती केली.

या हाराचे मीराला काहीच वाटले नाही. तानसेन आणि बादशाह निघून गेले. 'एवढा उंची हार श्रीकृष्णाला कोणी अर्पण केला असावा' याचे मोठेच कोडे चितोडवासीय कडव्या राजपूतांना पडले. हळूहळू दिल्लीचा बादशहा वेष पालटून येऊन गेला आणि मीराच्या चरणकमलाचा स्पर्श करून त्याने एक उंची हार कृष्णार्पण केला, ही बातमी वाऱ्यासारखी साऱ्या राजस्थानात पसरली. राजा भोजराजाच्या कानावर ही बातमी येताच त्याच्या तळपायाची आग मस्तकाला गेली. तो मीरावर एकदम उखडला. तो म्हणाला,

''बोल मीरा, बोल. त्या मुसलमान बादशहाला तू कृष्णमंदिरात प्रवेश का दिलास?''

मीरा काहीच बोलली नाही.
"त्यानं आपल्या अमंगल हाताचा स्पर्श तुझ्या पवित्र चरणांना केला काय?"
मीरा शांतच राहिली.
"श्रीकृष्णाकरता तो रत्नहार स्वीकारताना तुला लाज कशी वाटली नाही?"
डोळे मिटून मीरा स्तब्धच राहिली.
मीराच्या स्तब्धतेने भोजराजाचा क्रोध अधिकच भडकला. त्याने तिला आज्ञा केली,
"तू राजपूतांची इभ्रत आज धुळीला मिळवलीस. मी जसा तुझा पती आहे, तसा या चितोडचा राणा आहे. चितोड नगरीच्या बाहेर तू चालती हो आणि खुशाल एखाद्या नदीत जाऊन जीव दे."
पतीची आज्ञा शिरसावंद्य मानून मीराने दाटल्या कंठानं आपल्या सखींचा, चितोड नगरीचा आणि आपल्या आवडत्या श्रीकृष्णसख्याचा त्याग केला.

आपली कृष्णमूर्ती बरोबर घेऊन खिन्न मनाने पण गिरीधर गोपालावर श्रद्धा ठेवून मीरा चितोड नगरीच्या बाहेर पडली. प्रत्यक्ष राणा भोजराजाचा कोप झाल्यामुळे तिच्या लाडक्या सख्यासुद्धा तिला निरोप द्यायला येऊ शकल्या नाहीत.

नगरीबाहेर पडताच मंद मधुर वाहणारा वारा तिला काहीसा सुखद वाटला. पतिदेवाची आज्ञा पाळून आपण देहत्याग करणार आणि आपल्या कृष्णसख्याकडे भेटायला जाणार, याचा त्याही मन:स्थितीत तिला आनंद वाटत होता. तोंडाने ती भजन म्हणतच होती.

"हे गिरीधर गोपाला, आता माझा आधार तूच; दुसरा कोणी नाही."

कृष्णचिंतनात मग्न झालेली मीरा त्या सुंदर सकाळी नदीकाठी आली. ती लोकमातेला म्हणाली,

"गंगामाते, मला पोटात घे आणि एकदाचे माझ्या कृष्णकन्हैयाला भेटव. त्याला भेटण्यासाठी मी अत्यंत आतुर झाले आहे."

वातावरणात एक आवाज घुमू लागला. मीरा थकली. त्या आवाजाकडे तिचे लक्ष गेले. तो आवाज म्हणजे जणू आकाशवाणीच होती. तिच्या कानी शब्द पडल्याचा तिला भास झाला.

"मीरे, तू तुझ्या अंत:करणात जर मला जागा दिली आहेस तर हा देहत्याग कशासाठी?"

कानावर घट्ट हात ठेवून मीरा एकदम ओरडली,

"तर मी आता करू तरी काय?"

"तेच मी तुला आता सांगणार आहे. तू वृंदावनाला जा. त्या ठिकाणी मी जिथं जिथं नाचलो, बागडलो तिथं तिथं मी तुझी आतुरतेनं वाट पाहात आहे. पतीच्या बंधनातून तू मुक्त झाली आहेस; कारण त्यानं तुझा आपणहून त्याग केला आहे."

आकाशवाणीची आज्ञा शिरसावंद्य मानून मीराने वृंदावनाचा रस्ता धरला.

काट्याकुट्यांनी भरलेल्या, वेड्यावाकड्या पाऊलवाटा असलेल्या, कुठं वाळवंट तर कुठं रानकुसळाचे गवत, असा रस्ता तुडवीत, मनामध्ये सतत कृष्णनामाचा जप करीत मीरा वृंदावनाला आली. रैदासजींनी प्रसाद म्हणून दिलेली कृष्णमूर्ती तिच्याजवळ होतीच. त्या मूर्तीच्या सान्निध्यात मीराला वृंदावनापर्यंतचा प्रवास सुखकारकच वाटला.

मीरा वृंदावनात आली. तिच्या लाडक्या श्रीकृष्णाच्या वृंदावनात आली.

ज्या ज्या ठिकाणी श्रीकृष्ण खेळला, नाचला ती ती ठिकाणे मीराने पाहिली. तिथे तिने

गायन-नर्तन केले. वृंदावनाच्या परिसरात अनेक कृष्णभक्तांचे आधीच वास्तव्य होते. त्यात मीराची स्पृहणीय भर पडली.

श्रीकृष्णाच्या भक्तीत तल्लीन झालेल्या मीरेचे गीत-नृत्य ऐकण्या-पाहण्यासाठी भाविकांची अर्थातच गर्दी होऊ लागली. मीराचे रूप, मीराचा आवाज, मीराची गीते, मीराचे नृत्य आणि मीराची तन्मयता पाहून वृंदावनात ही प्रतिराधिका तर अवतरली नाही ना, असा सर्वांना भास झाला.

श्रीकृष्णाच्या भजनात तन्मय होऊन मीरा भक्तिरसाने ओथंबलेली एकाहून एक स्वरचित सरस गीते म्हणू लागली.

मीरेच्या वयाच्या दहाव्या वर्षी तिचे वडील राव रत्नसिंह युद्धात मारले गेले होते. वृंदावनात जमा होणाऱ्या कृष्णभक्तांच्या मेळाव्यात जोधपूरहून, मेवाडहून यात्रेकरू येत होते. त्यांतील काहींच्या तोंडून तिला तिचे आजोबा राव दूदाजी निधन पावल्याचे समजले.

मीराबाईचे मन दुःखी झाले. माहेरचा आधार नाही, पतीने त्याग केलेला अशा अवस्थेत मीराच्या भक्तिरचनेला आर्ततेची धार चढली. तिची ही भजनावली ज्यांच्या ज्यांच्या कानी पडे, ते स्वतःला धन्य मानीत.

चितोडहून असेच कोणी यात्री वृंदावन पाहायला आले असताना त्यांनी भजनात दंग झालेली मीराबाई पाहिली. इतरांच्याप्रमाणे तिच्या भजनाचा आस्वाद त्यांनीही घेतला. भजन संपताच मीराबाईच्या दर्शनाला ते गेले. त्यांच्यातील एकजण धिटाईने म्हणाला,

"महाराणीजी, आम्ही चितोडचे रहिवासी."

"अस्सं! मग फारच छान! माझे सासरे राणा सांगा आणि माझे पती राणा भोजराज कुशल आहेत ना?"

"काय सांगावं महाराणीजी, राणा भोजराजांनी आपला त्याग केला आणि परचक्राच्या भोवऱ्यात चितोड सापडलं."

"यात्रीजी, चितोडला परत गेलात तर महाराणांना आणि राणांना माझा - या मीरादासीचा - प्रणाम सांगा. माझा कृष्णकन्हैया चितोडचं रक्षण करील."

चितोडचे यात्री परत गेले. मीरा जिवंत असल्याची, त्यांनी तिला प्रत्यक्ष पाहिल्याची बातमी राणा भोजराजाला दिली. मीराचा काहीही दोष नसताना आपण तिचा त्याग केला, म्हणून राणा भोजराजाचे मन त्याला खात होते. यात्री म्हणाले,

"राणाजी, मीराराणीच्या भजनाला दूरदूरहून अनेक संत, महंत येतात. तेथील कृष्णभक्तीचा आस्वाद घेतात नि परत जाऊन आपापल्या भागात मीराराणींच्या

जयजयकाराचा कीर्तिसुगंध पसरवितात. काहीही करा राणाजी; पण मीराराणींना परत चितोडला घेऊन या.''

''मी तसंच करायचं ठरवलं आहे.''

एका सामान्य नागरिकाचा वेष धारण करून राणा भोजराज वृंदावनाला आला. गुप्तवेषाने दोन दिवस तेथे राहून यात्रिकांनी सांगितलेल्या वस्तुस्थितीचा प्रत्यक्ष अनुभव त्याने घेतला.

असेच एकदा भजन संपल्यावर राणा भोजराज मीरापुढे हात पसरून म्हणाला,

''काही तरी भीक घाला.''

''मीच भिकारी आहे. एक भिकारी दुसऱ्या भिकाऱ्याला काय भीक घालणार?''

''मनात आणाल तर मला हवी असलेली भीक आपण घालू शकाल.''

''तसं असेल तर मी आपणास दु:खी ठेवणार नाही.''

राणा भोजराजाने सत्य स्वरूप उघड करून मीराला विनविले,

''तुला दिलेल्या कठोर शिक्षेचा मला पश्चात्ताप होत आहे. आता विलंब करू नकोस.

चितोडला परत चल. चितोडची भावुक जनता तुझ्या स्वागताला अधीर झाली आहे.''

मीरा खरी हिंदुपत्नी होती. तिने क्षणाचाही विचार न करता आणि जुन्या कटू आठवणी व्यर्थ उगाळीत न बसता ती पतीबरोबर चित्तोडला चालली.

प्रवास बराच मोठा होता. वाटेमध्ये ठिकठिकाणी मीराच्या भजनाचे कार्यक्रम होत होते. राणा भोजराज मनापासून त्यात भाग घेत होता.

ते दोघे चितोडला परत आले. मीराबाईच्या कृष्णभक्तीला चितोडात पहिल्याहूनही अधिक बहर आला. चितोडनगरीच्या कटकटी थांबल्या. चितोडनगरी पुन्हा सुख आणि स्वास्थ्य यांचा अनुभव घेऊ लागली.

जवळ जवळ दहा वर्षे मीराने चितोडमध्ये कृष्णभक्तीत आपली कालक्रमणा सुखनैव केली.

पण –

भवितव्यता अतर्क्य असते हेच खरे. मीराबाईच्या नशिबाचीच तिच्या सुखाला जणू दृष्ट लागली. माहेरचे सर्व पाश तुटलेली मीरा पतीच्या सान्निध्यात आणि नंदलालाच्या भजनपूजनात गर्क असतानाच एके दिवशी चितोडमध्ये बातमी आली की, राणा भोजराज एका लहानशा लढाईत दुर्दैवाने मारले गेले आणि त्यांचा निष्प्राण देह चितोड नगरीत इतमामाने आणण्यात येत आहे.

मीरा विधवा झाली.

बाबरबरोबरच्या युद्धात झालेला पराभव आपला पराक्रमी पुत्र राणा भोजराज भरून काढील, अशी महाराणा सांगांना उमेद होती; परंतु राणा भोजराजाच्या निधनाने ते हवालदिल झाले.

महाराणा सांगांनी सूनबाईंना बोलावून आणले. ते म्हणाले,

''सूनबाई, शोक आवर.''

''होय. जन्मभर शोक करायचाच आहे.''

''जन्मभर ? छे! छे! तुझाही जन्म आता संपलाय. सती जाण्याची तयारी कर.''

''ते शक्य नाही. जोपर्यंत माझ्या अंत:करणात कृष्णकन्हैयाचं वास्तव्य आहे तोपर्यंत मी सती जाऊ शकत नाही.''

सुनेच्या उत्तराने महाराणा सांगा थक्क झाले. पुत्रनिधनाच्या धक्क्याने खचून गेलेल्या राणा सांगाने अंथरूण धरले आणि लवकरच त्यांनी इहलोकीची यात्रा संपविली.

मीरा अक्षरश: एकटी, अलग पडली. एका श्रीकृष्णाशिवाय तिला आधार उरला नाही. तिने कुळाचार पाळला नाही, म्हणून ती राजवाड्यातल्या लोकांना नकोशी झाली; मात्र तिच्या उदात्त कृष्णभक्तीमुळे चितोडवासीयांना ती हवी होती.

चितोडच्या गादीवर राणा भोजराजाचा धाकटा भाऊ उदयसिंह आला; पण अल्पावधीत त्याचेही निधन झाले. पुढे राणा भोजराजाचा सावत्र भाऊ राणा विक्रम चितोडच्या गादीवर आला.

आपल्या राजघराण्यावर एवढी आपत्ती ओढवली असतानाही दु:ख न करता राजवाड्यातील कृष्णमंदिरात भक्तगणांचा गणगोत जमवून मीरा नाचत होती, गात होती. तिच्या या वागण्याचा राणा विक्रमास अतिशय राग आला. त्याचे कान भरायला त्याची आई आणि भगिनी आतूर होत्याच. कालीमाता कुलदेवता असलेल्या वंशात राजरोस कृष्णाची उपासना केली जाते यामुळे कालीमातेचा कोप झाला आहे, असा त्यांनी समज करून घेतला.

राजमाता एकदा राणा विक्रमाला म्हणाली,

''राणाजी, तुझ्याशी मला काही बोलायचं आहे.''

''बोला, माँजी! मी आपणासाठी काय करू?''

''माझ्यासाठी काहीच नको.''

''मग कुणासाठी ? काय हवंय तरी काय आपल्याला?''

"चित्तोडच्या भवितव्यासाठी –"

"सांगा. सांगा, मी काय करू?"

"ही कुलकलंकिनी मीरा. ह्या मीरेचा पूर्ण बंदोबस्त कर. 'मेरे तो गिरीधर गोपाल, दुसरा न कोई,' हे तिचं गाणं माझ्या कानावर पडलं म्हणजे माझ्या तळपायाची आग मस्तकाला जाते."

"माँजी, आपण निश्चिंत असा. मी मीराचा पुरा बंदोबस्त करतो."

मीराबाईचा कसा बंदोबस्त करायचा यासंबंधी राणा विक्रमाने साथीदारांशी विचारविनिमय केला. साम-दाम-दंड-भेद या मार्गाने त्याने जावयाचे ठरविले. मीराला बोलावून आणून राणा विक्रम म्हणाला,

"भाभीजी, आता फार झालं. आमच्यानं हे सोसवत नाही."

"देवरजी, आपणास कशाचा त्रास होतोय?"

"तुमच्या कृष्णभक्तीचा! अखेरचं सांगून ठेवतो. आता इथून पुढं या राजवाड्याच्या आवारात तुमचं भजन, पूजन, नर्तन बंद. कुठल्याही कृष्णभक्ताला वाड्यातल्या कृष्णमंदिरात प्रवेश बंद."

मीरा थक्क झाली. राणाजींची आज्ञा पाळण्याशिवाय तिला गत्यंतर नव्हतं. तिचे दोन दिवस अस्वस्थतेत गेले. ती मनाशी म्हणाली, 'मी आता नगरीतल्या कृष्णमंदिरात जाऊन तिथं माझं भजनपूजन चालू ठेवीन.'

नगरीतल्या मंदिरात मीराबाई जाऊ लागली. तिथे गाऊ लागली, नाचू लागली. तिच्या भजनपूजनाला बहर आला. पहिल्यापेक्षाही अधिक संख्येने संत-महंत तिच्या कृष्णोपासनेत भागीदार होऊन कृष्णभक्तीचा आनंद लुटू लागले.

राणा विक्रमाला हे समजताच दातओठ खात स्वत:शीच तो म्हणाला,

"एकूण सरळ साध्या उपायाने मीराभाभी शुद्धीवर येत नाही तर – ! ठीक आहे!"

आपल्या आज्ञेचा भंग करून मीराने मुद्दाम अधिक गतीने नगरीतील कृष्णमंदिरात कृष्णाची उपासना चालू ठेवावी, याचे राणा विक्रमाला वैषम्य वाटले. काही हस्तकांच्या साहाय्याने त्याने तिला या जगातून नाहीसे करण्याचे ठरविले.

एका गारुड्याला काही पैसे देऊन एक जहरीला नाग त्याने पैदा केला. फुलांच्या परडीत तो नाग तळाशी बसवून एका हस्तकाबरोबर ती परडी त्याने मीराबाईकडे पाठविली.

मीराबाईला तो हस्तक आपल्याकडे येत असलेला दिसला. त्याचा चेहरा भीतीने निस्तेज पडला होता. जणू त्याचे पापच त्याला खात होते. मीराबाईने त्याला विचारले,

"काय हवंय तुला?"

"तुमच्या कृष्णासाठी फुलं आणि पुष्पहार आणला आहे."

"फारच छान! तुला माझ्या कृष्णाचे धन्यवाद."

"हे राणाजींनी पाठविलं आहे."

"अस्सं! राणाजी कृष्णभक्त कधीपासून झाले?"

तो हस्तक घाबरत घाबरत हसला. तो म्हणाला,

"जी... होय."

"मग असं कर, हा पुष्पहार राणाजींच्या वतीनं तूच माझ्या श्रीकृष्णाच्या गळ्यात घाल."

तो हस्तक थरथर कापू लागला. तो म्हणाला,

"आपणच आपल्या हातानं —"

"हो. तशी राणाजींची इच्छा असेल, नाही का? चितोडच्या राणाजींची इच्छा मीराबाई नेहमी मानीत आली आहे. राणा विक्रमांची आज्ञा मला शिरसावंद्य आहे."

मीराबाईने फुलांची परडी हातात घेतली. सुटी फुले कृष्णकन्हैय्याच्या चरणांवर तिने वाहिली. त्यांच्याखाली असलेला पुष्पहार तिने श्रीकृष्णाच्या गळ्यात घातला. त्या साथीदाराकडे पाहून मीराबाई म्हणाली,

"मी राणाजींची अत्यंत कृतज्ञ आहे. कारण इतका सुंदर पुष्पहार माझ्या कृष्णकन्हैयाला यापूर्वी कधीच मिळाला नाही."

जहरील्या नागाचे रूपांतर सुरेख सुंदर पुष्पहारात झालेले पाहून त्या हस्तकाला कृष्णमंदिरातून पळता भुई थोडी झाली. तो घामाने थबथबून गेला. धापा टाकीत परत येऊन तो राणाजींना म्हणाला,

"राणाजी, चमत्कार! महान् चमत्कार!"

"काय झालं?"

"जहरील्या नागाचे रूपांतर आकर्षक पुष्पहारात झालं!"

"शक्य नाही. हे कदापि शक्य नाही. ही तुझी लबाडी आहे. तू मला फसवलं आहेस. तूही त्या मीराबाईचा साथीदार दिसतोस. जा चालता हो. तुझं तोंड पाहण्याची माझी इच्छा नाही."

आपली युक्ती लागू पडली नाही म्हणून राणा विक्रम खट्टू झाला; पण निराशा झाला नाही. आणखी दोन मदतनिसांच्या साहाय्याने त्याने मीराच्या महालातील बिछान्यावर उलटे धारदार खिळे ठोकून घेतले. खिळ्यांच्या टोकाला विष लावण्यात आले. गुलाबपुष्पांच्या पाकळ्यांनी बिछाना झाकण्यात आला आणि त्यावर 'कृष्ण कृष्ण' अशी अक्षरे गोंदविलेले रेशमी वस्त्र पसरून टाकण्यात आले.

नगरीतल्या कृष्णमंदिरातून आपली उपासना आटोपून मीरा परत आली. नेहमीप्रमाणे कृष्णकन्हैयाचा प्रसाद म्हणून तिने दूध-केळ्यांचा उपहार घेतला. ती बिछान्याकडे आली. बिछान्यावर अंथरलेले वस्त्र नवीन होते. तिला थोडे आश्चर्य वाटले; पण त्यावरील 'कृष्ण कृष्ण' ही अक्षरे दिसताच श्रीकृष्णाच्या नामस्मरणातच नि:संकोचपणे ती त्या बिछान्यावर पहुडली.

इकडे राणा विक्रमाला रात्रभर झोप आली नाही. आनंद आणि भीती या भावनांनी त्याचे मन व्यापून गेले होते. मीरा नाहीशी झाली असेल, याचा आनंद आणि तिच्या नाहीशा होण्यास कारण आपणच, याची भीती त्याला त्रस्त करीत होती. अशा द्विधा मन:स्थितीत रात्रभर त्याचा डोळ्याला डोळा लागला नाही.

नेहमीप्रमाणे पहाटे मीराबाई उठली. रोजच्यापेक्षा आज तिला अधिक गाढ झोप लागली होती. नित्यापेक्षा अधिक मऊ आणि अधिक सुखकारक असा तिचा बिछाना तिला वाटला. बिछान्यावरील रेशमी वस्त्र बाजूला सारून तिने पाहिले. सारा बिछाना नाजूक, कोमल, सुगंधी गुलाबाच्या पाकळ्यांनी भरलेला तिला दिसून आला. ही सुखशय्या राणाजींनी आपल्या खास सेवकाकरवी तयार केली होती, असे मीराला समजताच तिने कृतज्ञतापूर्वक राणाजींना निरोप पाठविला.

''अलीकडे आपण माझी बरीच काळजी घेत आहात. परंतु ही कृष्णाची दासी तितक्या योग्यतेची खास नाही.''

आपला दुसरा उपायही फसला, याचा राणाजीला राग आला. मीराबाईचा निरोप त्याच्या कानावर पडताच त्याच्या तळपायाची आग मस्तकालाच भिडली. त्याने अखेरचा उपाय करण्याचे ठरविले. विश्वासू शरीररक्षकाबरोबर जालीम विषाचा प्याला राणाजीने मीराबाईकडे पाठवून दिला.

मीराबाईकडे येऊन तो शरीररक्षक म्हणाला,

''राणीजी –''

''बोल, तुला काय हवंय?''

''मला काही नको.''

''मग तू का आला आहेस ?''

''राणाजींची आपणास आज्ञा आहे की –''

''बोल, अडखळू नकोस. काय आज्ञा आहे?''

खाली मान घालून तो शरीररक्षक म्हणाला,

३१

"आपण खऱ्या कृष्णभक्त असाल, तर कृष्णाचा प्रसाद म्हणून हे विष आपण प्राशन करावे.''

मीराबाईने तो विषाचा प्याला हाती धरला. ती किंचित गंभीर झाली. क्षणभर तिने डोळे मिटून श्रीकृष्णाचे चिंतन केले. तो विषाचा प्याला तोंडाजवळ आणून ती उद्गारली,

"माझी काळजी कृष्णकन्हैया तुला. जन्माला घालणारा तूच. मी तुझ्याकडे केव्हा यायचं हेही ठरविणारा तूच. मी कशाला काळजी करू?"

मीराने गटागटा विष प्राशन केले. पहिला घोट गळ्यापर्यंत गेला. ती दचकली; पण क्षणभरच. पुढे एखाद्या बालकाने साखर घातलेले दूध अधीरतेने प्राशन करावे तसे ते विष कृष्णाचा प्रसाद समजून तिने प्राशन केले. पुन्हा गोड गळ्याने तिने कृष्णाचे भजन म्हणण्यास सुरवात केली,

"मेरे तो गिरीधर गोपाल,
दुसरा न कोई.''

हा सारा प्रकार राणाजींच्या शरीररक्षकाने पाहिला आणि घाबरून तो निघून गेला. जाताना तो मनात म्हणाला,

'आमच्या राणाजींचे रक्षण आता त्यांची दुर्गामाताच करो!'

सज्जन यशाने विनम्र होतात. दुर्जन अपयशाने अधिक दुष्ट होतात.

राणा विक्रमाने मीराबाईशी उघड विरोध करण्याचे ठरविले. त्याने मीराबाईला भेटीस बोलाविले. निरोपाप्रमाणे येऊन मीराबाई म्हणाली,

"राणाजी, का बोलावणं केलंत?''
"भाभीजी, आता फार झालं.''
"म्हणजे?''
"तुमची कृष्णभक्ती थांबलीच पाहिजे.''
"का बरं? तिचा तुम्हास काय त्रास होतोय?''
"चितोडची कुलस्वामिनी दुर्गामाता आहे. नगरीतील कृष्णमंदिरात तुमचं जाणं आजपासून बंद.''

''कारण?''

''तुम्ही चितोडच्या राजघराण्यातील आहात. कृष्णाची उपासना तुम्ही चितोडच्या हद्दीत करायची नाही, अशी माझी तुम्हाला आज्ञा आहे.''

''तुमची आज्ञा मी शिरोधार्य मानते.'

मीराबाईचे राजवाड्याच्या बाहेर जाणे बंद झाले. राणाजीने तिचा आवाज बंद केला; पण बालपणापासून तिच्या हृदयात प्रियकर म्हणून वसलेला श्रीकृष्ण राणाजी कसा काढून घेणार? कृष्णकन्हैयाची मानसपूजा मीरा बंदिस्त खोलीत मनोमन बांधू लागली.

दिवसेंदिवस तिला हा कोंडमारा असह्य झाला.

एके दिवशी तिच्या मनात विचार आला,

'गोस्वामी तुलसीदास अयोध्येत आहेत,' हे तिला माहीत होते. ते रामभक्त होते. ज्येष्ठ आणि श्रेष्ठ संत या नात्याने मीराबाईने त्यांचा मोलाचा सल्ला घेण्याचे ठरविले. तिने त्यांना एक पत्र लिहिले-

गुरुमाउली,

चितोडमध्ये माझा कोंडमारा होत आहे. केवळ मानसपूजेनं मला समाधान वाटत नाही. माझी जाहीर कृष्णउपासना थांबल्यामुळे अनेकजण कृष्णभक्तीला वंचित झाले आहेत. कृपया मार्गदर्शन करावे.

– मीरा

संतश्रेष्ठ तुलसीदासांचे उत्तर येण्यास विलंब लागला नाही. त्यानी बहुमोल सल्ला दिला.

'नात्यागोत्यातल्या कुणाचाही मोह न धरता चितोडचा त्याग करणे, हे तुझे पवित्र कर्तव्य आहे. तुझी निस्सीम भक्ती मी जाणतो. तुझा कृष्णकन्हैया तुला काहीही कमी पडू देणार नाही. तुझ्यावर आता त्याची सत्ता आहे.'

'रामचरितमानस' कारांच्या सल्ल्याने मीराबाईस प्रकाश दिसला. तिने ताबडतोब चित्तोड नगरीचा त्याग केला.

मीरा आता पहिली मीरा राहिली नव्हती. तिच्या उत्कट कृष्णभक्तीचा बोलबाला

साऱ्या उत्तर भारतात झाला होता. ती हिंडत हिंडत मेरठ नगरीला आली. तिथे तिचे काकाजी राव वीरमदेव राज्य करीत होते.

राजराणी मीराच्या आगमनाची बातमी राव वीरमदेवांना समजताच आपल्या पुतणीच्या स्वागताला ते स्वत: गेले. मीराबाईचे विनम्र अभिवादन स्वीकारून ते म्हणाले,

"मीरा, बेटी कुठं चाललीस?"

"वाट फुटेल तिकडे."

"म्हणजे?"

"चितोडच्या या बहुराणीला राणा विक्रमाने हाकलून लावले आहे."

"त्यानं तुझ्या केलेल्या छळाच्या बातम्या माझ्या कानी आल्या आहेत."

"होय. माझी परीक्षा घेतल्याशिवाय माझा कृष्ण माझा स्वीकार कसा करील?"

"जाऊ द्या ते. त्याच्या पापाचं प्रायश्चित्त त्याची दुर्गामाताच त्याला देईल."

"नको चाचाजी, माझ्या भगवंतानं त्याला क्षमा करावी. त्याचं रक्षण करावं. अज्ञानानं आपण काय केलं, हे त्याला कळलं नाही."

राव वीरमदेवांनी मीराला मोठ्या प्रेमपूर्वक मेरठला नेले. तिला एक सार्वजनिक कृष्णमंदिर बांधून दिले. मुक्त मनाने, मुक्त कंठाने तिने कृष्णाची उपासना करावी, अशी तिला विनंती केली.

मीराने बरीच वर्षे मेरठमध्ये कृष्णाच्या उपासनेत घालविली.

तेवढ्या काळात मेरठ भरभराटीला आले.

मीराला त्याग करायला लावल्यापासून चितोडवर संकटांमागून संकटे येऊ लागली. राजा आणि प्रजा त्रस्त झाली. दुर्गा कोपली असे कोणी म्हणू लागले तर कृष्णभक्त मीराचा छळवाद चितोडला भोवला, असेही काही म्हणू लागले. मीराला परत बोलवावे, अशी अनेकांनी राणा विक्रमाला विनंती केली; पण राणा मोडणारा होता, नमणारा नव्हता.

गुजरातच्या सुलतान बहाद्दरशहाने चितोड जिंकले. राणा परागंदा झाला. मीराला बोलविण्याची सद्बुद्धी त्याला सुचली नाही.

मेरठमध्ये मीराचा काळ मोठा सुखाचा गेला. ती आता प्रौढत्वातून वृद्धत्वाकडे झुकली होती. तिला आता वाटू लागले, जिथे जिथे माझा कृष्णकन्हैया हसला, खेळला, वाढला, ती ती पवित्र तीर्थक्षेत्रे डोळ्यांनी पाहावीत आणि तिथे त्याची आळवणी करावी.

मनाचा निश्चय करून एके दिवशी ती आपल्या चाचाजींच्याकडे गेली आणि म्हणाली,

"चाचाजी –"

"बोल बिटिया, का आलीस? काही तकलीफ तर नाही?"

"छे छे चाचाजी, आपल्या मायेची पाखर मजवर असल्यावर –"

"मग काय हवंय बेटी तुला?"

"अनुज्ञा हवी आहे मला."

"अनुज्ञा?"

"होय आणि आशीर्वादही."

"काय बोलते आहेस?"

"मला तीर्थयात्रेला जायचं आहे. याची देही याची डोळा कृष्णकन्हैयाच्या वास्तव्याची सारी ठिकाणे डोळे भरून पाहायची आहेत मला."

"बिटिया, तुझ्या इच्छेआड मी कसा येऊ? सोबत काही नोकरचाकर संरक्षणासाठी..."

"चाचाजी, कृष्णकन्हैयापेक्षा सबल संरक्षक दुनियेत कुणी आहे का?"

मीरा आपल्या निश्चयाशी अटळ राहिली.

एका भल्या पहाटे मीराने मेरठ सोडले.

राव वीरमदेवांनी राजराणी मीराचे मनापासून स्वागत केले असले, तरी त्यांच्या कारकीर्दीत युद्धाच्या कटकटी वाढल्या होत्या. सर्वत्र युद्ध, अनाचार, अत्याचार, उपासमार यांनी मेवाड व्यापला होता. आपणास मेरठमध्ये आता एकांत मिळणार नाही, असे मीराला वाटले. तिच्या काकांनी तिला जड अंत:करणाने प्रेमपूर्वक निरोप दिला.

मीरा मथुरेला आली. तेथील कृष्णमंदिर तिने पाहिले. तेथे ती मन:पूत गायली, नाचली. तिच्या कृष्णाच्या प्रीतीचे रूपांतर भक्तीत झालेच होते. आता भक्तीने मुक्तीचे रूप घेतले. ती श्रीकृष्णाला आळवी,

"कृष्णकन्हैया, माझा अंतकाळ किती पाहणार आहेस? मला तुझ्या पायाशी जागा देण्याचा, तुझ्या रूपात एकरूप होण्याचा, माझ्या जीवनातील भाग्यशाली क्षण अद्याप आला नाही का? कृपा कर, तुझा विरह आता मला सोसवत नाही."

मथुरा – दुष्ट कंसाला कृष्णाने शासन केलं ती मथुरा – कृष्णाने देवकी वसुदेवांना बंधमुक्त केले ती मथुरा – कृष्णाने उग्रसेन महाराजांना परत राज्यावर बसविले ती मथुरा – मीराला आवडली. ती तिने डोळे भरून पाहिली. मीरा तेथे मनमुराद गायिली, नाचली.

पण लवकरच मीराला कळले, की कृष्णकन्हैयाचे खरे वास्तव्य मथुरेत नाही तर वृंदावनात आहे.

मीरा वृंदावनात आली. पूर्वी ती एकदा वृंदावनात आली होती, प्रीतीच्या, भक्तीच्या इच्छेने. आता ती आली मुक्तीच्या अभिलाषेने.

वृंदावनात मीराच्या कृष्णभक्तीला पूर आला. तिची साधी, सोपी, मधुर रसाळ, गोड रचना, गोड सुरात ऐकण्यासाठी संत–महंत आपल्या कृष्णोपासनेतून वेळ काढीत. भजन संपताच वयोवृद्ध ज्ञानीसुद्धा मीराबाईच्या चरणांवर मस्तक ठेवीत. ते म्हणत,

''देवीजी –''

''बोला महंतजी!''

''आपल्या भजनामृताचा आस्वाद घ्यायला सारे येतात.''

''गिरीधर गोपालाची कृपा.''

''पण –''

''पण काय महंतजी?''

''थोर कृष्णभक्त जीवगोस्वामीजी येत नाहीत.''

''अस्सं? ते जर कृष्णभक्त आहेत, तर ते माझे बंधू आहेत. मीच त्यांच्या दर्शनाला जाईन. ते वयोवृद्ध आहेत. भक्तीच्या मार्गातील थोर अधिकारी आहेत.''

''आपण असंच करावं.''

सकाळ केव्हा उजाडेल आणि आपण जीवगोस्वामीजींच्या मंगल दर्शनास केव्हा जाऊ असे मीराबाईला झाले होते.

मीराबाई शुचिर्भूत झाली. गुरू रैदासांनी दिलेली कृष्णमूर्ती बरोबर घेऊन ती जीवगोस्वामीजींच्या कृष्णाश्रमाजवळ आली. एक शिष्यवर तिला सामोरा आला. त्याने मीराबाईला ओळखले. तो म्हणाला,

''का आगमन झालं आपलं?''

''मुद्दाम!''

''काय हवंय आपणाला?''

''गुरू जीवगोस्वामीजीचं दर्शन.''

''थांबा हं. निरोप देऊन येतो.''

थोड्या वेळात तो शिष्यवर परत आला; पण घाम पुसत. तो म्हणाला,

''मीरादेवीजी, आपणांस गुरुदेवांचं दर्शन घडणार नाही.''

''कारण?''

''कोणत्याही स्त्रीचं मुखावलोकन ते करीत नाहीत. आपला निरोप देताच ते माझ्यावर उखडले.''

“काय म्हणाले?”

“ते म्हणाले, अरे तुला ठाऊक असताना आधीच का नाही सांगितलंस त्यांना?’

“अस्सं? मग माझा एक निरोप दे त्यांना.”

“बोला ना! अवश्य देईन.”

“त्यांना म्हणावं -”

“काय सांगू त्यांना?”

“म्हणावं, या वृंदावनात एकच पुरुष आहे – तो म्हणजे माझा कृष्णकन्हैया. कृष्णाची मधुरा भक्ती जे आचरतात, ते श्रीकृष्णाला प्रियकर मानतात आणि स्वत:ला त्याची प्रेयसी समजतात. मग या वृंदावनात कृष्णकन्हैयाशीच स्पर्धा करणारा दुसरा पुरुष आला कोठून?”

“हो, हो. जाऊन सांगतो.”

“इतकंही करून त्यांना दर्शन देण्याची इच्छा झाली नाही तर –”

‘तर काय देवीजी?’

“मीच त्यांना भेटू इच्छित नाही असं सांग.”

जादूची कांडी फिरावी तसा मीराबाईच्या निरोपाचा परिणाम जीवगोस्वामीजींच्यावर झाला. ते लगबगीने धावतच आले. ते म्हणाले,

“मीरा, क्षमा कर मला. केस पांढरे झाले तरी अहंकार सुटला नाही माझा.”

“जाऊ द्या गुरुदेव. लहान तोंडी मोठा घास घेतला, याची मला क्षमा करा.”

“मीरा. तू वयानं लहान पण भक्तिपंथात तुझा दर्जा थोर. मीच तुझा आदर्श ठेवावा अशी तू आहेस.”

दोघात मधुरा भक्तीवर मनमोकळी चर्चा झाली. गुरुदेवांच्या चिंतनाने, मननाने, युक्तिवादाने मीराबाई दिपून गेली. जीवगोस्वामींनी सुचविले,

“मीरा, तू द्वारकेतच जावंस असं मला वाटतं. परिणत अवस्थेतील श्रीकृष्णाचे वास्तव्य द्वारकेतच नव्हतं का?”

जीवगोस्वामीजींची आज्ञा शिरसावंद्य मानून मीरा द्वारकेस चालली.

वाटेत प्रत्येक मुक्कामावर तिचे जाहीर भजन चालू असे. अनेक कृष्णभक्त तिच्या कृष्णभक्तीचा आस्वाद घेत. आपल्या गीतांतून ती गिरीधर गोपालाला आळवी.

“हे मीराच्या गिरीधारी गोपाळा, माझा उद्धार करण्याची वेळ अजून आली नाही का?”

मीराने द्वारकेत प्रवेश केला. कृष्णाची द्वारका! एका खांबावर उभी असलेली सोन्याची द्वारका! तिने नृत्य, गायनाच्या ढंगातच रणछोडजीच्या मंदिरात प्रवेश केली. ती म्हणाली, ''रणछोडजी, मी आपली दासी आहे. कालयवनाच्या युद्धात हिंसा टाळण्यासाठी तू पलायन केलंस, रण सोडलंस; पण आता मी तुला सोडणार नाही. या दासीचा स्वीकार तुला करावाच लागेल.''

मीराची उपासना जगाच्या एका कोपऱ्यात, समुद्रतीरी द्वारकेत अखंड सुरू होती. तिला भक्त नित्य भेटून जात.

एकदा असेच तिला भेटण्याच्या निमित्ताने पाच भक्त आले. त्यातील एकजण धिटाईने म्हणाला,

"आपण चितोडच्या महाराणी –"

"मी महाराणी नाही, दासी."

"दासी?"

"होय गिरीधर गोपालाची."

"खरंच. पण –"

"पण काय?"

"राणाजींचा निरोप घेऊन आम्ही पाच ब्रह्मवृंद आलो आहेत. आपणास परत आणावे, अशी राणाजींनी आम्हास आज्ञा केली आहे."

"ते शक्य नाही."

"का बरं?"

"माझ्यावर आता माझी सत्ता नाही."

"मग कुणाची?"

"कृष्णकन्हैयाची. पुन्हा लौकिक जंजाळात अडकण्याची माझी इच्छा नाही."

"प्रजा आपल्या दर्शनाला आसुसली आहे."

"माझा नाइलाज आहे."

"आपणास यावंच लागेल. तसा मी राणाजींना शब्द दिला आहे."

"– आणि नाही आले तर?"

"आम्ही प्राणांतिक उपोषण करू, पण रिकामे परत जाणार नाही."

"अस्सं? मग उद्या सकाळी मी आपणास काय ते सांगेन. आपण सूर्योदयाचेवेळी समुद्रस्नान करून, शुचिर्भूत होऊन याच रणछोडजीच्या मंदिरात या."

ब्रह्मवृंद समाधानाने परतले.

मीराबाईच्या त्या रात्रीच्या भजनास कधी नव्हती एवढी कृष्णभक्तांची गर्दी झाली. आजच्याइतकी ती पूर्वी कधी रंगली नव्हती. तिने आपल्या कृष्णकन्हैयाला आळविले,

"प्रभो, या दासीचा स्वीकार कसा करायचा, हे आपणच ठरवा. मी आपणाशी एकरूप

होण्यास आतुर झाले आहे. ही मीरा आपणास शरण आली आहे. मृत्यूनंतर तिचा स्वीकार करण्यापेक्षा जिवंतपणी तिचा उद्धार करावा, अशी माझी आपल्या चरणी –''

भक्तगण डोळे मिटून ताल धरीत मीराच्या भजनाशी एकरूप झाले होते.

इतक्यात –

मीराची एकतारी तुटल्याचा आवाज झाला. मीराचाही आवाज थांबला होता. डोळे मिटून भजनाशी एकरूप झालेल्या भक्तगणाने डोळे उघडले. मीरा रणछोडजीच्या चरणावर पहुडली होती. ती लवकर उठेना. भक्तवृंद जरा पुढे सरकला.

त्यांना केवळ मीराचा पोषाख दिसला.

मीरा आपल्या गिरीधर गोपालाशी एकरूप झाली होती.

सकाळी ब्रह्मवृंद आले. मीराने त्यांना उपोषणाच्या दिव्यातून सोडविले.

पश्चात्तापदग्ध होऊन ब्रह्मवृंद माघारी गेले.

www.ingramcontent.com/pod-product-compliance
Lightning Source LLC
LaVergne TN
LVHW080006230825
819400LV00036B/1263
* 9 7 8 9 3 8 6 7 4 5 4 2 2 *